மகிழ்வாய் மனமே

மணிகண்டன் ஷீத்தல்

புக் பெஞ்சர்ஸ்

மகிழ்வாய் மனமே
ஆசிரியர் © **மணிகண்டன் வீத்தல்**

முதற்பதிப்பு 2021
பக்கங்கள் 84

Published by Book Benchers 2021
Copyright © Manikandan sheethal 2021
All Rights Reserved.

ISBN 978-93-91423-11-7

ThebookBenchers@gmail.com
Contact 9944992571

Affliated By
Aelay Publish
www.aelaypublish.com

முன்னுரை

வாசிப்பை நேசிப்பாய் கொண்ட என் நேசமிகு வாசகர்களுக்கு அன்பு வணக்கங்கள்!." மகிழ்வாய் மனமே" எனும் இப்புத்தகம் ஆனது ஒவ்வொரு மனிதனும் மகிழ்ச்சி கொள்ள வெளியில் ஆயிரம் காரணம் இருப்பினும்!!! அவர் தம் மனம் மகிழ காரணமாய் ஏதெனும் ஒன்றே முக்கிய காரணியாய் இருக்கும்..அப்படி என் மனம் மகிழ காரணியாய் கிட்டிய என்னவளின் வருகையை உணர்த்தும் விதமாய் எழுத துவங்கி... இன்று என்னுடன் இன்னும் 51 கவிஞர்கள் இணைந்து அவர்தம் மனம் மகிழும் காரணிகளை பல்வேறு தலைப்புகளின் கீழ் கவிதைகளாய் தொகுத்து இதோ உங்களின் கைகளில் ஒரு முழுமையான கவிதை தொகுப்பாக அளிப்பதில் பெருமகிழ்வு கொள்கிறேன். இக்கவிதைகளின் வாசிப்பின் முடிவில் நிச்சயம் உங்கள் மனதும் மகிழ்வு கொள்ளும் ஏதோ ஒரு நினைவுகளால்....

இவன்
மணிகண்டன் ஷீத்தல் (தூவலின் நேசன்)
தொகுப்பாளர்

தொகுப்பாளர்

இந்த நூலை தொகுத்து வழங்குபவர் , கவிஞர் திருவாளர் **மணிகண்டன் ஷீத்தல்** அவர்கள் .

இது நாள் வரை தனிமையின் காதலன் எனும் புனைபெயரில் கவிதைகள் எழுதி வந்த இவர் தற்பொழுது தூவலின் நேசன் எனும் பெயரில் " black_pearl_mani" எனும் படவரி பக்கத்தில் கவிதைகளை படைத்து வருகிறார்.விழுப்புரத்தை பூர்வீகமாக கொண்ட இவர் தற்பொழுது சிங்கார சென்னையில் வசித்து வருகிறார் . இயந்திர பொறியியலில் பட்டய படிப்பு முடித்து..தனியார் தொழிற்சாலையில் பணியாற்றி வரும் இவர், சிறு வயது முதல் தமிழ் மீது கொண்ட ஆர்வத்தால்...கவி உலகில் பயணித்து வருகிறார்.. இது வரை சில நூல்களின் இணை ஆசிரியராகவும் "பேசாமொழிகள்" எனும் கவிதை தொகுப்பின் தொகுப்பாளராகவும் பணியாற்றி உள்ளார்!!!... .

Manis.amk @gmail என்பது இவரது மின் அஞ்சல் முகவரி ஆகும்..

கவிதைகள்

உள்ளடக்கம்

மகிழ்வாய் மனமே!!!

பிறந்த நாள் முதலாய்
அன்னை அவள் அன்பை உணர்ந்தாய்!!!
வளரும் காலத்தே தங்கையயவள்
அன்பை உணர்ந்தாய்!!!
பயிலும் காலத்தே ஆசிரியை
அன்பை உணர்ந்தாய்!!!
துவளும் போதெல்லாம் தோழியர்தம்
அன்பை உணர்ந்தாய்!!!
அனைத்தும் உணர்ந்து ஆயுள் முழுக்க
அன்பை உணர இறைவன் அவனாய் எனக்களித்த
கொடையாய்
அவளும் வந்தாள் என்றே
மகிழ்வாய் மனமே!!!
நீயும் மகிழ்வாய் மனமே!!!

மணிகண்டன் ஷீத்தல் (தூவலின் நேசன்)

மறைவே மகிழ்வு

உணர்வை மறைக்கும் உள்ளம்
உண்மையில் உற்சாகம் கொண்டு தான் இருக்கிறது.
உலகில் வாழும்
பலரின், புறம் போலியாக தான் உள்ளது.
ஆசைக்கு வேலி இல்லை,
அன்புக்கு எல்லை இல்லை,
அறிவுக்கு அழிவு இல்லை,
பாசத்துக்கு பஞ்ச மில்லை,
கோபத்துக்கு பொறுமை இல்லை,
அகத்தின் மகிழ்ச்சிக்கு வெளிப்பாடு இல்லை என
சூழ்நிலை உணர்த்தி செல்கிறது.
உன் அக நெகிழ்ச்சி கூட
சிலர் பார்வைக்கு நஞ்சாக மாறுவதால்!

நாமக்கல் செந்தில்...

அவளுடன் இருந்த தருணம்

அவளை காண்பேன் என்று எண்ணவில்லை
அன்றுதான் எங்கள் முதல் சந்திப்பு
கண்கள் இரண்டும் அவளை இரசிக்க ,
என் கைகள் எல்லாம் நடுங்க ,
என் இதயமோ வேகமாக துடித்தது,
ஏன் இந்த நிகழ்வு?
அவளோ யார் என்று தெரியாது
இருந்தாலும், அவள் என் துணையாக வந்தால்
வாழ்வு சிறக்கும் என்ற எண்ணம் ,
அவள் ,என்னை கடக்கையில்
இதயம் தன் துடிப்பை நிறுத்துகிறது,
தேவதையாய் வந்தால் என் வாழ்வில் ,
நான் அவளுடன் வாழ்ந்த ஒவ்வொரு மணித் துளியும்
என் வாழ்வில மகிழ்ச்சி வாய்ந்த தருணம்!

- த. அருணா

கம்மல்

நான் தலை ஆட்டும் போது
என் கன்னத்தில் முத்தமிட்டு
அதன் காதலை கூறும் ,
இதனை அணிந்தால்
நானோ
பேரழகி போல் இருப்பேன் ,
ஏன்
இதன்மேல் மட்டும் இவ்வளவு பித்து ?
எங்கு சென்றாலும், இதனை மட்டுமே
கண் தேடும் என்பதால்
என்னவோ
என்னை முத்தமிட்டு கொள்கிறது!

- த. அருணா

மட்டற்ற மகிழ்ச்சி...

மகிழ்ச்சி என்று எதைச் சொல்ல ?
கதை கதையாய்...பேசியும் ...கேட்டும் .....கண்டும் ......
களித்ததா மகிழ்ச்சி ?
சுவை சுவையாய் ....உண்டும் ....சொகுசாய் உறங்கியும்
கண்டதா மகிழ்ச்சி ?
வகை வகையாய் வாழ்தல்
மட்டுமா மகிழ்ச்சி?
கற்றலும், பொருள் பெற்றலும், சுற்றலும், சுகம்
உற்றலுமா மகிழ்ச்சி ?
விற்றலும், வீண் ஆசை உற்றலும், பணம், புகழ்,
முற்றிலுமா மகிழ்ச்சி?
கல்வியிலும்,செல்வத்திலும், களம் கண்ட வீரத்திலும்
விளைவதுவா மகிழ்ச்சி ?
காதலிலும், மோதலிலும், கடும் போட்டியில்
வெல்வதுவா மகிழ்ச்சி ?
ஈதலிலும், ஈகையால் இனிய தகைமை காட்டுவதே
தலையாய மகிழ்ச்சி
நோதல் உற்றார் நோவை எல்லாம்
காதலுற்று கருணையினால்
களைவதுவே மகிழ்ச்சி!

மற்றோரை மகிழ்வித்து
பெற்றோரை மகிழ்வித்து
பெறுவதுவே மகிழ்ச்சி!
ஊரெங்கும் உற்றாராய்
உள்ளன்பு உற்றாராய்
உறைவதுவே மகிழ்ச்சி!

அடுத்தவர் மகிழ்ச்சி கண்டு
மகிழ்ச்சியுற்று இருப்பதுவே
"மட்டற்ற மகிழ்ச்சி" என
யான் கண்டேன் இப்பூவுலகில்..!

கவியருவி பா.சரவணன்,

மகிழ்ந்திரு

பூக்கள் மலர்வது உன் புன்னகை பார்க்கத்தான்!
மரங்கள் வளர்வது உனைப் பணிந்து நோக்கித்தான்!
கனிகள் தொங்குவது நீ எட்டிப்பிடித்து உயரத்தான்!
நிலவும் நகர்வது நின் முகம் காணத்தான்!
தென்றல் தவழ்வதும் நீ சிலிர்த்திடத்தான்!
பறவைகள் பறப்பது நீயும் பறக்கலாமென
உணர்த்திடத்தான்!
நட்சத்திரங்கள் மின்னுவது
உனைப் பார்த்துக் கண்ணடித்திடத்தான்!
விலங்குகளெல்லாம் உனக்கொரு வாழ்வியலைப்
புகட்டத்தான்!
ஆறுகள் பாய்வதும் , என்னைப்போல் உன் இலக்கு
நோக்கிப் பாய்ந்து ஓடி அடைந்திடென
உரைத்திடத்தான்!
இன்னும் இன்னும்
அத்தனை அத்தனை
அழகுகளும் அதிசயங்களும்
உனக்காவே மனமே...
உற்சாகத்துடன் மகிழ்ந்திரு !

~ச.த. ரேணுகா

வாழ் மனமே....!

வாழ்விது சிறிதாம்
அதற்குள்ளாக வாழ்ந்து விட வேண்டுமாம்......!
அவ்வாறே கூட இருந்து விடட்டும்.....
ரசிக்க பழக்கு மனதை....
ரெக்கை ஒன்றை பரிசளித்து
பறக்க விடு அதை......
தூவல் ஒன்றை கொடுத்து கிறுக்க
சொல்லு....!
சலங்கை ஒன்று கட்டி நடனமாட சொல்லு.....!
பிடித்த யாவற்றையும் செய்ய சொல்லி
உத்தரவிட்டு, அனுப்பி விடு....!
கடலை காட்டி கண் கட்டி விடு....!
சுற்றி திரியட்டும்......
சரியெது தவறெது அதுவே புரிந்தும்
கொள்ளட்டும்.....!
இளைப்பாரட்டும்....!
வீழட்டும் ,அதுவே மீளட்டும்....!
பார்க்கட்டும் மனிதா அதுவும்
அது கண் கொண்டு நேசிக்கட்டும்
இவ்வுலகை...!
பணம் சேர் பயணம் செய்....!

மணிகண்டன் ஷீத்தல்

தூரத்து தேசத்துக்கு
தூவல் வழி குறிப்பெடு....!
ஒரே ஒருமுறையேனும்
உன் அருகில் இருக்கும்
அழகினங்களையாவது
ரசனையில் நனைத்திடு.....!
புரிந்து விடும் அதற்கு
யாவும் இங்கு அழகியல் தான் என்று.....!
திளைத்து விடும் அகம் மகிழ்ந்து....!

-மாளவிகா இராசேந்திரன்

எனக்கு கிட்டிய மகிழ்ச்சி..!

உன் உள்ளத்தை மட்டுமே புரிந்தேன்..!
நீயோ- உலகத்தையே புரிய வைத்தாயே..!
உன்னை தலைக் குனிந்து தான் பார்த்தேன்..!
நீயோ- என்னை தலைநிமிர்ந்து பார்க்கச் செய்தாயே..!
அன்று முதல் உன்னை ரசித்தமையால்
இன்றுவரை பலரால் என்னை ரசிக்கச் செய்தாயே..!
ஆம் புத்தகமே..,
உன் வரியினை என் உயிராக்கி..!
உன் வார்தைகளை என் சுவாசிப்பாக்கி..!
உன்னை வாசிப்பதையே நேசிப்பாய் கொண்டு
என்றும் உன்னை அடைக்கலமாய் கொண்டு வாழ்வதால்
எனக்கு கிட்டிய
மகிழ்வோ அளவற்றது..!அறனுடையது..!

- நெல்லை சதிஸ்.

மகிழும் தருணங்கள்

சின்ன சின்ன
கண்கள் பார்த்து,
மென்மையான கைகள் தீண்ட,
புன்னகையில் நான் மெய் மறக்க,
குழந்தையோடு குழந்தையாய்,
நான் மகிழும் தருணம்,
விலைமதிப்பற்றது.

படுக்கையில் புரண்டு புரண்டு,
இரவு உறக்கம் இன்றி,
தவிக்கும் எனக்கு,
பாட்டி சொல்லும் கதைகள்,
நான் மகிழ் உடன் உறங்கும் நாட்கள்,
என் இரவை இனிமையாக்கும்.

வந்த பாதை மறந்து போக,
என் விழிகளில் கண்ணீர் பெருக,
எத்தகைய துயர் வந்தாலும்,
என்னை விட்டு விலகாத என் நட்பு,
என் வாழ்க்கையை மகிழ்விக்கும்.

அழகிய தேவதைகள்,
வலம் வரும் இந்நாட்டில்,
எனக்காக மட்டும் காத்திருக்கும்,
என் காதல்,
உள்ளத்தை புன்னகையால் நிரப்பி விடும்.

சண்டைகள் போட்டும்,
என்னை விட்டு விலகாத
என் அண்ணனின் அன்பு,
பேரின்பத்தை விடவும்,
சற்று கூடுதலாக இன்பத்தை வாரி வழங்கும்.

அழகான இந்த வாழ்க்கையில்,
எந்தனை உறவுகள்,
எத்தனை அழகான தருணங்கள்,
எத்தனை இன்பங்கள,
அனைத்தையும் ரசித்து,
இன்பமாய் வாழுங்கள்.

லோ.சந்தியா

அவளே... அவளே...

பெண்ணே,
நீ வரும் வரை
என் வழியெங்கும் புண்ணே!
நானாக நானிருக்க,
கண்ட உறவெல்லாம்
கண்ணீர் பரிசளிக்க,
மனம் நொந்து,
சிரிக்க மறந்து,
சிலையானேன் அன்றே...
விலை போகா வலியை...
விரட்ட வந்த ஒளிவிளக்கே!
அன்பின் இலக்கணம் கற்றேன்;
வேதனை யெல்லாம் விற்றேன்.
தேங்கிய ஏக்கங்கள் தீர்க்க,
அன்பில் உன்னிடம் தோர்க்க...
நட்பின் காவியம் பயின்றேன்,
இனிதாய் மனம் மகிழ்ந்தேன்!

சந்தியா முரளிதரன்

அறியாத வயசு

கத்திரி வெயிலுல காலுல செருப்பில்லாம
கழுத்துல பை தொங்க
தோளோடு தோள் உரசி நடக்கும்
தூரத்து கல்வியும் சுகம்தான்...

பத்து விரல் பட்டு படம் வரஞ்சா,
பக்கம் பக்கமா காரணம் சொல்லி
பாவை விரல்கள் கிழிச்செறியும்...
இருபது விரல் தொட்டு வீடு கட்டுனா,
பூவை மனசு மயங்கும் நேரத்துல
மழ வந்து கழுத்தறுக்கும்...

வகை வகையா சோறு வந்தாலும்,
வானமே இலை விரிச்சாலும்,
கண் எல்லாம் அவ தூக்குல தான்...

ரெட்ட சடைய பிடிச்சிழுத்தா,
மணிக்கணக்கா ஆடுவா...
உச்சிகுடும்பிய உறுவிவுட்டா,
மூச்சிரைக்க துரத்துவா...

பக்கத்துல அவ இருந்தா
தூசி தொட்ட கண்ணுக்கு சிரிப்போ சிரிப்பு,
முழுநாளும் கூட நடந்தா
முள்ளுதச்ச காலுக்கு சிரிப்போ சிரிப்பு...

-க்ரிஷ் பாலா

பிறப்பொக்கும் எல்லா உயிர்க்கும்

தீக்குச்சியாய் தீக்குளிக்காதே
தீயைப் போல்
தின்று விடு
சோகத்தை

அடுத்தவர் கண்ணில் இன்பம்
காண்பதும் இன்பம்தான்
விளக்கு எரிந்தாலும்
வெளிச்சம் நமக்குதானே

துன்பம் தேய்பிறை
இன்பம் தொடுதிரை
சோகம் நினைத்து
சொர்கம் மறக்காதே

தொலைத்த இடத்திலேயே
தேடித் திரும்பு
தொலைத்த இடத்திலே
தொலைந்து விடாதே

தோல்வியையும் கூட
தொலைத்து விடாதே
தோல்வியும்கூட மகிழ்ச்சிதான்
மறந்து விடாதே

உன் வீட்டு
மலர் என்றாலும்
வாசனையை சிறை
பிடிக்கவா முடியும்

உன் வாழ்வின்
பங்கையும் கூட
பிறருக்கு அளித்து
மகிழ்வாய் மனமே

-மணிராஜ் .பா

கனவாய் நீ!!!

மாயை உலகில்
மௌனமாய் உன்குரல்
செவியின் முனையில்
தவழும் மழலைப்போல்
எத்துனை இன்பம்
உணரும் தருணத்தில்
தேடிய தேடல்கள்
அனைத்தும் பதிஹுடன்
மகிழ்ச்சியின் முனையில்
பதறி எழ
அனைத்தும் கனவிலா!
ஐயகோ, கனவிலும் நீயே
நினைவிலும் நீயே.......

- சங்கீதா. ச

என் மனதின் இன்பம்

ஏழைக்குழந்தையின் பூவிதழ் சிரிப்பைக்கண்டேன்,
இதழோரம்சிரித்து பூக்களின் அழகைவென்றாள்.
அழகுசெல்லமே எனஏக்கத்துடன் நான்பார்க்க,
அலைகள்ஏதும் இல்லாமல்
இன்பவெள்ளத்தில் சிக்கியநான்.
சொகுசுவாழ்க்கை தேவைஇல்லை,
ஆடம்பரமோ வாழ்கைத்தொல்லை,
மகிழ்ச்சியாக நான்வாழ ஓர்இன்பவலி தந்துவிட்டாள்.

- ச . பாலகுமார்

தலைப்பிரசவம்

ஐந்தாறு மாதம்தான்
அலைக்கழித்தாய்...
அதிலே மனம் நொந்து போனேன்....
ஒவ்வொரு மாதமும்
ஆர்வக் கோளாறில்
பரிசோதித்துப் பார்த்து ஏமாந்து போவேன்...

ஆறாம் மாதம் கட்டுக்கோப்புடன்
பொறுத்துக்கொண்டு
ஐம்பதாம் நாள் பரிசோதித்தேன்....
என்னில் உண்டான
இராசயன மாற்றத்தால்
ஆனந்த அழுகையும்....
பேரானந்த புன்னகையும்....
என
இனம் புரியா ஒரு
இன்பத்தினை....
மகிழ்வினை...
என்னில் கண்டேன்....
இதுவரை இப்படியொரு உணர்வினைக் கண்டதில்லை

என் மனம்....
என்னுடல்....
சிலிர்த்து மயிர்க்கூச்செரிந்து
யாரிடம் சொல்ல....
எப்படிச் சொல்ல...
என்ன சொல்ல....
என்று தெரியாமல்
பெருவகை அடைந்தேன்.....
காதலில் கண்டிராத சுகத்தினை....
காமத்தில் கண்டிராத
இன்பத்தினை....

கண்டேன் ....
என் வயிற்றில்
நீ
உயிர்க் கொண்ட
அந்த ஒற்றை நிமிடத்தில்....

என்னில்
உயிர்க் கொண்ட ஓவியமே!!
கருக் கொண்ட காவியமே!!
என் வாழ்நாளின்
ஓட்டுமொத்த மகிழ்ச்சியையும்
குத்தகை எடுத்துக் கொண்ட
குட்டித் தேவாரமே!!

உணவு உண்ணவில்லை....
கண்ணில் உறக்கமில்லை....
கை, கால் செயல்படவில்லை....
என்
கர்ப்பத்தில்
நீ
குடி கொண்டதை எண்ணி...
நாசிக்கு மணம் ஏதும் ஒப்பவில்லை...
மசக்கையில் மயங்கினேன்....
ஆகாரம் வெறுத்தேன்....
இத்தனையும் சுகமாய் பொறுத்தேன்....

ஓரிரண்டு மாதங்கள் கடந்தேன்....
வயிற்றில் நீ துடிப்பை உணர்ந்தேன்...
அளவிலா ஆனந்தம் அடைந்தேன்....

ஐந்தாறு மாதங்களில்
எட்டி உதைத்தாய்....
விரல்கள் மடக்கி கைகளால் குத்தினாய்...
தலை கொண்டு முட்டினாய்....

மணிகண்டன் ஷீத்தல்

முதல் முறை என் வாழ்வில்
வசந்தம் வந்ததாய் எண்ணி
பூரித்து புளகாங்கிதம் அடைந்தேன் ....

என்ஆருயிரே!!   என்பேரானந்தம்!!
என்   பிஞ்சுப் பதாகையே!!
என் கொஞ்சுத் தோகையே!!
என் கண்மணியே!!
என் கனகமே!!
என்   அஞ்சுகமே!!
என்னை உதைத்து....
என்னில் முட்டி மோதி...
கருவான
நீ உருவாய்
உயிர்க்கொண்டு
என் உதிரம் உருக்கி
இவ்வுலகில் தடம் பதித்தாய்....

அரை மயக்கத்திலிருந்த
என் செவிகளில்
கானமாய்....
மெல்லிசையாய்....
கீதமாய்...
வீணையின் நாதமாய்...
உன் அழுகை இசைத்தது....

உன்னை
என் கைகளில் தந்த
அக்கணமே....
அப்பொழுதே....
எந்தன்
உடலின் செல்கள் அனைத்தும்
உயிர்ப்பிக்கப்பட்டன.....

என்னுயிரே!!!
உன் மதிமுகம் கண்டு
நான்
மதியிழந்து போனேன்.....

என்னை உயிர்த்தெழச் செய்த
உன்னதமே!!

எந்தன் வாழ்வின்
அர்த்தமாய்
ஆனந்தமாய்
என்னில் வந்த பொக்கிஷமே!!

இன்னும் இன்னும்
எண்ணிப் பார்த்து
என்னைப் பேருவகை
அடையச் செய்யும்
எந்தன்
தலைப் பிரசவமே!!!

எந்தன்
தலை மகனே!!!
உன்னால்
தாய்மைப் பேறடைந்தேன் ....
விழிகளில் ஆனந்த நீர்ச்
சொரிந்தேன்....

-முனைவர் மு. துர்கா தேவி

என் தோழன்

வெள்ளைக் காகிதத்தில் விளையாடும்.
இரு விரல்களுக்கு இடையே நின்று விந்தைகள் பல புரியும்.

உண்மைகளை உலகிற்கு எடுத்துரைக்கும்.

இதற்கு ஏழை பணக்காரன் என்கின்ற வேறுபாடு இல்லை.

எண்ணத்தின் உணர்வுகளுக்கு உயிர் கொடுக்க
உறுதுணை புரியும்.

கவிஞர் கவிமணி செல்லக் குழந்தை.

சமூகத்தில் நிலவும் நிகழ்வுகளை சத்தமில்லாமல்
எடுத்துரைக்கும்.

பல வண்ணங்களில் தவழ்ந்து வரும்.

அன்னை மொழியை அழகுபடுத்தும் ஓர் கூர்மையான
ஆயுதம்.

என்றும் தலை சாயாது தலைநிமிர்ந்தே நிற்கும்.

சோர்வு என்பதே இல்லாமல் எப்பொழுதும் ஓய்வின்றி
உழைத்து..
என் மனம் மகிழ காரணமும் அவனே..என் எழுதுகோல்
தோழன் அவனே!!!

- A.ஜெயந்தி

பேரின்ப பெரும்பொருளே!

காட்டாறாய் கற்பனைகள்
கட்டியிழுக்க எவருமில்லை!
கற்பனையின் கதை - பாத்திரங்களுக்கு உயிர் கொடுக்க
மறந்ததில்லை!
உயிர் கொண்ட அப்பாத்திரங்களில்
நான் வாழாத நாட்களில்லை!
படைத்துவிட்டதால்
பிரம்மன் ஆனேன்!
அதில் வாழ்ந்து விட்டதால்
பிரஜை ஆனேன்!
கதை வரைவதும்
அதில் வாழ்வதும்
நொடிகளில் ஊற்றெடுக்கும் பேருவகை பெட்டகங்கள்!
தேடி அழைந்த நிம்மதிகள் தெருக்களில் கிட்டவில்லை!
என்னை என் எண்ணங்களை இணைக்கும்
எழுத்துக்கள் தருகின்றன பேரின்ப பெரும்பொருளை!

- காவியா செங்கொடி

களிப்புற கழித்திடு

சிந்திக்கிடக்கும் சந்தத்தையும்,
சந்தங்களின் சங்கீதத்தையும்,
கிளர்ச்சி கொண்டு அடிவானத்தை
கிழித்து கிறங்கடிக்கும்
கதிர்களையும்,
மழலையின் மத்தாப்பு சிரிப்பும்,
இளங்குயிலின் இன்னிசையும்,
இதமாய் இசைந்த இளங்காற்றின் இன்பமும்,
இயற்கையின் இனிமை காண
இருக்கங்களை இழந்து
இளைப்பாறிடு.
வெற்றி தோல்வி
நிரந்தரமில்லா
நிதர்சனத்தில்
நிவாரணதிற்காய்
விகாரமாய் இராமல்
இருண்ட இறந்த காலம்
கற்றலுக்கென உணர்ந்து
புலரும் வைகறை புரிதலுக்கான துரிதமாய் துணிந்து
விதியை வடிவமைக்க
விரைந்திடு.

சிந்தனையை செதுக்கி
உறைந்து போன உன்னை உலுக்கி
உலா வர தயாராகிடு.
மனவளமும் மனநலமும் மணக்க
மகிழ்ந்திரு மனமே...
களிப்புற கழித்திடு...

- சந்திர பிரியா

என் ஆசைக் காதலன் ...

பூட்டிக் கிடந்த அன்பை
திறவுகோலிட்டுத் திறந்த கள்வன் அவன்!
காதல் கத்தி கொண்டு இதயத்தை துளையிட்ட
கயவன் அவன்!
மகிழ்ச்சியின் உச்சிக்கு எனை இழுத்துச் சென்றவன்!
என்னவன்!
எனக்காய்ப் பிறந்தவன்!
என் ஆசைக் காதலன் !
காதல் சுகம் என
தோழன் கூறக் கேட்டேன்.
காதல் வலியென
தோழி கூறக் கேட்டேன்.
காதல் என்னவென்று
குழம்பிக் கிடந்த மூளைக்குள்ளே,
உன் காதல் நானென்று!
மண்டியிட்டு அமர்ந்தவன்!
மகிழ்ச்சியின் மணத்தை
மனமாரத் தந்தவன்!
காமக் கடலில் மூழ்காது,
காதல் அலையில் நீந்தியவன்..
அவன் மூச்சிலும் ,பேச்சிலும்
என் சுவாசமே...!
என் ஊனிலும், உடலிலும்
அவன் வாசமே...!
கரம் பிடித்த நாள் தொட்டு

<h3 align="center">மணிகண்டன் ஷீத்தல்</h3>

என் கால் பிடிக்கவும், தயங்கியது இல்லை.
ஊரழகு ஊர்வசியோ!
மேனி மின்னும் மேனகையோ!
அவன் மனம் தேடுவது என்னையே!
இன்பத்தில் இனியவனாய்
துன்பத்தில் துணைவனாய்
என் நிமிடங்களைச் சுகமாக்குவான்!
முகமூடி போட்டு முகம் மறைத்தது இல்லை,
ஊரெல்லாம் சுற்றித் திரிந்தது இல்லை,
அண்டை வீட்டார் பார்ப்பார் என
அஞ்சி நடுங்கியது இல்லை ...
நேரில் காண நேரமில்லை!
காணாமலேயே இருக்க ஆசையுமில்லை!
புரிதல் என்னும் நூல் கொண்டு
இருமுனையிலும் காதல் கோர்த்து
இறுக்கப் பற்றிக் கடக்கிறது
எங்கள் தொலைதூரக் காதல்......
இருப்பினும் மகிழ்ச்சியின்
மிதப்பினில் என்றும் நான்.....
-தே . ஷாரிகா
மழையிடம் கொண்ட மகிழ்ச்சி

சங்கடங்களால் சஞ்சளித்த நேரமது.....
உன்னுடைய ஓர் நீர்த்துளியால்
என் அகம் குளிர்ந்தது.....

முகில்கள் யாவும்பல மைல்கள்
கடந்து என்மீது மழையைப் பொழிந்தன.....

சங்கடங்களை மறந்து நானும்
மகிழ்ச்சி மழையில் நனைந்து மகிழ்ந்தேன்!....

– அனீஸ் பாத்திமா

அப்பாவுடன் சென்ற
மிதிவண்டி பயணம்!!!

இந்த உலகில் உங்களின்
கரம் பிடித்து நான் நடந்த
நாட்களின் நினைவுகள் !!!
உங்களை பற்றி கூற முயன்றால் கூட கூறிக்கொண்டே
போகலாம்!!!
இவ்வுலகில் நீங்கள்
விட்டுச்சென்ற அற்புத நிகழ்வுகள் எண்ணில்
அடங்காதவை!!
அவற்றில் சில!!
பள்ளியில் பயிலும் பொழுது
என்னை மிதிவண்டியின் முன் இருக்கையில் அமரச்செய்து
நம் ஊரை சுற்றி காட்டிய
அந்த அழகிய நாட்கள் !!!
மாலை பொழுதில் நீங்கள்
என்னுடன் அமர்ந்து என்னிடம்
படித்த நீவீர் படத்தின்வரிகளை
எனக்கு இரவில் கதைகலாய்
கூறிய நாட்கள் !!!
தினம் தோறும் நான் சொல்லும்
குட்டி கதைகளை கேட்டு
நீங்கள் என் மடியில்
உறங்கிய அழகிய நாட்கள் !!!
தினமும் காலையில் பிள்ளைகள்
பள்ளிக்கு செல்லும் பொழுது அனைவரும் கேட்பார்கள்
"எடுத்து கொண்டாயா உன்
புத்தக பையை? "!!!
ஆனால் நீங்கள் என்னிடம்
கேட்பீர் "எடுத்து கொண்டாயா
உன் உணவு பையை? "!!!

மணிகண்டன் ஷீத்தல்

எத்தனை இடங்களுக்கு
சுற்றுலா பயணம் சென்றாலும்
உங்களின் மிதிவண்டி
பயணத்திற்கு ஒன்றும்
ஈடாகாது !!!
மாலையில் வீட்டிற்கு அழைத்து
வரும் பொழுதும் அனைவரும்
தம் குழந்தைகளை கேட்பர்
"இன்றைய பாடம் எவ்வாறு இருந்தது என்று?"!!!
ஆனால் உங்களின் கேள்வியோ "இன்றைய மதியஉணவு
எவ்வாறு இருந்தது?"!!!
இவ்வாறு நீங்கள் என்னிடம்
வினவிய அனைத்து வினாக்களும் பதில் கூறும்
பொழுதுகள் !!! மீண்டும்
மீண்டும் உங்களுடன்
மிதிவண்டி பயணம் சென்ற
அந்த அழகிய தருணம் நிகழ்ந்த நாட்களின் நினைவுகள் !!!

-K.ஈஸ்வரி

பச்சை நிறமே!!! பச்சை நிறமே!!!

எந்த ஒரு சூழலிலும்
உன்னை பார்க்கும் தருணத்திலே
இனம் புரியாத மகிழ்ச்சி
பச்சை நிறமே!!!

பச்சை என்பது பசுமையை குறிக்கும்
எனக்கு மகிழ்வை
மன அமைதியை கொடுக்கும்
பச்சை நிறமே!!!

கோபத்தின் உச்சத்திலே
இருக்கின்ற தருணத்திலே
கண்முண்ணே
உன்னை கண்டேன்
அடைந்தேன் சாந்தி
பச்சை நிறமே!!!

நான் மகிழ்வாக இருக்கும் தருணத்திலே உன்னை
கண்டேன்
இரட்டிப்பானது மகிழ்ச்சி
பச்சை நிறமே!!!

மணிகண்டன் ஷீத்தல்

வருத்தத்தால் முகம் வாடினேன்
தனிமை தேடினேன்
உன்னை நோக்கினேன்
சற்றே தேறினேன்
பச்சை நிறமே!!!

ஆயுட்காலம் முழுவதும்
என் அருகே இருந்திடு
ஆறுதல் அளித்திடு
ஆனந்தம் அளிந்திடு
பச்சை நிறமே!!!!

கவிச்செம்மல்.ஆ.நித்ய கல்யாணி

மகிழ்வித்து மகிழ்

என் மகிழ்ச்சியை பார்த்து
என்னை தீர்மானித்து விடாதீர்கள்..
உங்களால் நினைத்துக் கூட
பார்க்க முடியாத சோகங்கள்
எனக்கும் உண்டு..!

எல்லோரையும் மகிழ்ச்சியாக
வைத்துக் கொள்ள நினைப்பவர்கள்..
எப்போதும் மகிழ்ச்சியாக
இருப்பதில்லை.. "மகிழ் வித்து மகிழ்"
என்பது இங்கே
பொய்யாய்ப் போகிறது..!

உன்னுடைய உழைப்பும்
சொற்களும் உனக்கும் பிறருக்கும்
பயன் உள்ளதாக இருந்தால்..
மகிழ்ச்சி தானாக வரும்..!

மகிழ்ச்சி வெளியில் இருப்பதாக
மனிதன் தவறாக எண்ணுகிறான்..
அது அவன் மனதில்
தான் இருக்கிறது..!

மணிகண்டன் ஷீத்தல்

நேற்று நடந்தவற்றை உங்களால்
மாற்ற முடியாது.. நாளை
நடப்பதை தடுக்க முடியாது..
இன்றைய பொழுதில்..
இக்கணத்தில் மகிழ்ச்சியாக
வாழுங்கள்.. அது தான்
எல்லா துன்பங்களுக்கும்
ஒரே தீர்வு..!

உன்னை யாரும் புகழும்
போது மகிழ்ச்சி அடையாதே..
அதேபோல.. உன்னை
இகழும் போது கவலையும்
கொள்ளாதே.. புகழையும்..
இகழையும்.. சமாக கருதுபவரே
யன் அமைதியுடன்
வாழ முடியும்..!

இரா சதீஷ் குமார்

அன்பு தோழனே

என் அன்பு நன்பனே
உன்னிடம் நான் உரையாடவில்லை
குருச்செய்தி ஒன்று என்னை அடைந்து
யார் என்று அறியவில்லை
இறுதியாக நீ யார் என்று அறிந்தேன்.

உன்னிடம் பேச ஏதோ ஒரு தயக்கம்
இருப்பினும் என் தயக்கத்தை உடைத்தாய்
கவலையில் மூழ்கி மனம் நடமாட
உன் வார்த்தைகள் என்னை மாற்றியது
நான் எண்ணங்களை மாற்றினேன்.

கவலைகள் இருப்பினும்
சிரிக்க கற்றேன்
இரவில் விடும் கண்ணீரை
விடுத்து விரைவாக உறங்கினேன்
கவலையில் இருந்தவள்
இன்று போராட தொடங்கினேன்.

மணிகண்டன் ஷீத்தல்

என்னுள் பல மாற்றங்கள்
அனைத்தும் என்னை ஊக்குவிக்கும்
உன் வார்த்தைகளே
என்றும் என் மனம் அறிந்து
என்னை ஊக்குவிக்கும்
என் அன்பு தோழனே!

தந்தையை இழந்து
தவிக்கும் நான் சில நேரம் சிரிக்கிறேன்
நீயே என் புன்னகைக்கு காரணம்
என் மகிழ்ச்சியின் வேராய்
திகழ்பவனே என் அன்பு தோழனே.

_மு.ஹர்ஷினி

ஆனந்தம் வாழும் இடம்

மகிழ்ச்சி என்பது
மற்றவரிடம் இருக்கிறதா ?
நம் எண்ணங்களில்
தானே அடங்கியிருக்கிறது !

புத்தக வாசத்தில்
நுரையீரல் புதுப்பிப்போம் !
காலார நடப்பதில்
நாடி நரம்புகளை
தூண்டி விடலாம் !
மலர்களின் அழகில்
மனம் மயங்கி
தென்றல் காற்றை
இரசித்து மகிழலாம் !
மரங்களின் புத்துணர்வை
சற்றே பூசிக்கொள்வோம் !
இன்னும் சில
அடிகளில் ஓர்
அம்சமான ஆறு !

ஆற்றங்கரை நாணல்களிடம்
ஆனந்த ராகம்ஒன்று
பயின்று
இன்னிசை வாசிப்போம் !

அடர்ந்து வளர்ந்த
ஆலமர விழுதுகளில்
ஊஞ்சல் ஆடி
குழந்தை பருவம் செல்வோம் !

மணிகண்டன் ஷீத்தல்

அந்த ஒற்றை
தூக்கணாங்குருவியிடம்
அதன் இரகசியம்
கேட்டறிவோம் !

கிணத்தோர புறாக்களிடம்
வெண்மையின் தூய்மை
வாங்கிக் கொள்வோம் !
இறைவனை சந்தித்து
மீண்டும் ஓர் முறை
இங்கே வாழும்
வரமொான்று
கேட்டுப் பெறுவோம் !
க.சௌபர்ணியா
என் வாழ்வின் பகலவன்

பல நாள் கனவே-என் பால்நிலவே
பல இடர்கள் தாண்டி உதித்த பகலவனே
பல துயர்கள் துடைத்த கரம் உனதே

பல இன்னல்கள் தாங்க பலம் தந்தாய்
பல தடைகள் கடக்க துணை நின்றாய்
பல அவதாரம் என் வாழ்வில் நீ எடுத்தாய்

பல வேளையில் தாயாக
பல வேளையில் சேயாக
பல வேளையில் நண்பனாக
பல வேளையில் உடன்பிறந்தவனாக
பல வேளையில் துணையாக
பல வேளையில் தூதுவனாக
பல வேளையில் இன்பமாக
பல வேளையில் துன்பமாக
பல வேளையில் நிழலாக
பல வேளையில் நிகரற்றவனாக....

பல தந்திரம் செய்யும் மந்திரவாதி நீ
பல மொழி பேசும் புலவர் நீ
பல கவி புனையும் கவிஞனும் நீ-என்
பல நாள் கனவும் நீ என் மனமகிழ்ச்சியும் நீ

பல கரம் துடைக்கா கண்ணீர் துடைத்தாய்
பல நாள் ஆசைப்பட்ட வாழ்வளித்தாய்
பல நாவுகள் போற்ற
பல மக்கள் துயர் நீக்க
பல செல்வம் பெற்று-நீ
பல ஆண்டுகள் வாழ வேண்டுமடா

சூ.லெயோ தெபோராள்,

மாயம் செய்யும் தூயவனே

ஓர் அற்புத பெட்டகமாய் சரீரத்திற்குள்
ரசித்தோ வருந்தியோ கடந்த அத்துனையும்
பொக்கிஷமாய்
நித்தம் நித்தம் சேமிப்பாயே
உள்ளொன்று வைத்து புறமொன்று காட்ட மாட்டாயே
என்றும் என்னை நிலைப்படுத்தும் மாயமே
உன் வழியேதான் என்னை செலுத்துகிறேன்
உச்சாணிக்கு சென்றாலும் உன் குட்டு எனக்கு வேண்டும்
தலைக்கணம் ஏறாமல் என்னிலை எனக்குரைத்தே
அற்பமில்லா சிந்தனையைத் தூண்டியே-என்னை
பண்பான பிறவியாய் செதுக்கும் என் மனமே
மகிழ்வாயே மகிழ்விப்பாயே என்னை அனுதினமும்!

-ஆ.சிவரஞ்சனி ரமேஷ்

மனமென்னும் ஊஞ்சல்

மனம் என்னும் பூங்காவில்,,,
மனமே நீ மலர்வாய் என்னுள்ளே!

உன் அகமலர்ச்சியால் மகிழ்வுடன் நான் நாளும்
நடைபோடுகிறேன்!

பின்னே உன் வாட்டம் கண்டதும்;
என் முகம் வாடுகின்றதே ஏன்..?

நீ என்னுள் வாடா மலராய் இருந்து விடக்கூடாதோ..??
மகிழ்ச்சிப் பிழம்பாய் நீ வேண்டும் என்னுள்!

சிலசமயம் என்னை கசக்கி பிழிகின்றாய்
நீ கவலையில்,,,
தோய்ந்து விட்டால்
என்னால் என்ன செய்யமுடியும்
துவண்டு விடும் அற்பமனிதன் நானல்லவோ...!

மனமே நீ தோல்வி கண்டு துவளாதே;
நீ துவண்டு விட்டால் நான்
சுருண்டு விடுவேன்,,,
கலங்காதே கலங்க வைக்காதே...
என் வாழ்வே உன்னிடம் அடைக்கலம்...

மணிகண்டன் வீத்தல்

என் அன்னையின் மடியில்
ஆனந்தம் கொள்ள மனமென்னும்
ஊஞ்சலில் பரவசம் அடைகிறேன்...
அணைப்பதும் நீயே,
ஆறுதல் தருவதும் நீயே
மனம் சோர்ந்து போனால்,
பாவம் என் போன்ற
ஏழைமனிதன் என்ன செய்வான்?

மனமென்னும் ஊஞ்சலே நித்தம் ஆடு
ஆனந்த ல்லலலலாலா என்னுள்ளே..!

கவிஞர் பாரதி பாஸ்கி

நினைவில் மகிழ்வு

ரசனை   என்று எதுவும்
இல்லை விழிகளுக்கு நினைவுகளுக்கும் உன்னை தவிர...

போதும் என்ற எண்ணம் மட்டும் தோன்றியதே இல்லை
உன்னுடனான எனது பயணத்தில் மட்டும்...

மகிழ்வதற்கு ஆயிரம் இவ்வுலகில் இருந்தாலும் என் மனம்
விரும்புவது உன்னுடன் உரையாடும் நொடிகளைதான்.....

கானாத தூரத்தில் நீ இருந்தாலும்கூட என் கவலைகளை
போக்கும் மாமருந்தாக உள்ளாய்..

நான் கோபம் கொள்ளும் வேளையிலும் நீ அமைதி
காக்கும் தருணத்தை கண்டு உணர்கிறேன் அகத்தில்
மகிழ்வை....

போதும் என் மனம் மகிழ்வதற்கு
மௌனம் கொண்ட உன் வார்த்தையும் என்றும் அழியாத
நினைவுகளுமே.....

-ரேவதி பால்மாணிக்கம்

அன்போடு மகிழ்வாய்

இருந்தும் இல்லாததிற்காக
ஏன்யேங்குகிறாய் மனமே?

யான் பெற்றதும் - இவ்வையத்தில்
பெறாதவர் ஏராளம்!

இருப்பதைச் சிறிது
இல்லாதவர்க்கு கொடுத்து,

இருப்பதைக் கொண்டு
இல்லாதை விடுத்து

பாசத்தைக் கொடுத்து
பண்பைக் கற்று

உறவோடு இணைந்து
அன்போடு வாழ்ந்து
மகிழ்வாய் மனமே!

-செளந்தர்யா முருகன்

தோள் கொடுத்த தோழி

வின்மீன்போல் போல்
திரண்டிருந்த கூட்டம்
கடலில் திசை
மாறிய பறவை
போல் நானிருந்தேன்
வின்மீனுக்கு இடையில்
ஒளிவீசும் நிலவு
போல்
இருட்டில் ஒளிரும்
மின்மினி போல்
எனக்கு ஒரு
திசைகாட்டியாக
வந்து வழிகாட்டினாய்

நீ யாரென்றும்
தெரியாது
எங்கிருந்து வந்தாயோ
எதற்காக வந்தாயோ
காரணம் தெரியவில்லை

ஆனால் ஒன்று
உறுதி
திசைமாறிய எனக்கு
வழிகாட்ட வாழ்வில்
நீ வந்தாய் தோழி

நீ தோளில்
சாய்ந்த போது
ஒரு புது
நம்பிக்கை என்னுள்

மணிகண்டன் ஷீத்தல்

கவலைகள் பல
போக்கி வாழ்வை
வளமாக்கினாய்

தோல்வியில் துவண்டபோது
ஒரு புத்தகம் போல்
எனக்கு புத்துணர்ச்சி
தந்தாய்

கடல் அலை போல்
கவலைகள் இருந்தாலும்
அவ்வப்போது உன்
உரையாடல்கள் என்
புன்னகையை பூக்கச் செய்தது

தோற்றால் தோள்கொடுத்து
தூக்கி நிறுத்த
என் தோழி
இருந்தால் தடுக்கி விழுவதில்
கூட ஒரு
தனிசுகம்தான் எனக்கு

தோழி அது
வார்த்தையல்ல
அது என் நம்பிக்கையின்
அடையாளம்

மு.பெருமாள்

கார்கால மேகங்கள்

மேலைக் காற்றுக்கு
தாக்குப்பிடிக்க முடியாமல்
அவசர அவசரமாக
கிழக்கு நோக்கி விரைந்தன
கார்கால மேகங்கள்
பச்சைப் பசும் நெடுமரங்கள்
தென்றலைத் தூது விடுத்து
மழைக்காக
வழிமேல் விழி வைத்து
காத்துக் கொண்டிருந்தன

மேற்கே அந்தி வானில்
மின்னி மறையும்
மின்னல் கூட்டங்கள்
மழை வரப்போகிறது
மழை வரப்போகிறது என்று
தம்பட்டம் அடித்துச் சென்றது
வானத்தாய் உதிர்த்த
அமிர்த முத்துக்கள் ஒவ்வொன்றும்
சொட்டுச் சொட்டாய்
மண்ணில் பட்டு தெரித்தது

கருமேகக் கூட்டங்கள் உரச
மின்னல் மின்னி
இடி முழங்கியது
வானிலிருந்து
சாரை சாரையாக
மழை முத்துக்கள் இறங்கியது
படிப்படியாக அதிகரித்து
கொத்துக் கொத்தாய்
கொட்டித் தீர்த்தது
என் வீட்டு வாசலில்

மணிகண்டன் ஷீத்தல்

அன்புவேல் வர்மன்

மெல்ல விழுந்த
ஓடும் நீரின்மேல் மழைத்துளி
பல வண்ணங்களைக் கொண்டு
மண் குழம்பைக் கரைத்து
வண்ண ஓவியம்
வரைந்து சென்றது

நீண்ட நாட்களாக
மண்ணுக்குள் மூழ்கியிருந்த
உயிர் மூலங்களில் இருந்து
புல் செடி கொடிகள்
மரங்கள் என்று
துளிர்த்து எழுந்தது
பல்வகைத் தாது நிரம்பிய
உயிர் கூட்டங்கள்

மழைத்துளியை
உண்டு வளர்ந்த
பூஞ்செடிகள் ஒவ்வொன்றும்
புத்தம் புது
மலர்களைப் பிரசவித்தன
வண்ணப் பூ வகைகள்
வாசத்தோடு
வசந்தம் வேசம்
பூசிக் கொண்டன

வண்ணங்களும் வாசங்களும்
கண்ணில் பட்டு நாசியில் நுழைந்து
இதமான குளிரை
உடலெங்கும் பரப்பி
மனதை மகிழ்வித்தது.

அன்புவேல் வர்மன்

மகிழ்வு கொள் மனமே

துணிந்து நில் மனமே,
துயரங்களை கண்டு...!!
பணிந்து செல் மனமே,
பாசத்தை மட்டும் கண்டு...!!
பயந்து செல் மனமே,
உன் மனம் பாவம் செய்யக் கண்டு...!!
இவை அனைத்திற்கும் அடித்தளமாய்
"மகிழ்வு கொள் மனமே",
ஆதவனின் செங்கதிர் பட்டு
சிதறித் தெறிக்கும் காரிருளை போல, சிதறி ஓடும் உன்
துயரங்கள் அனைத்தும்,
உந்தன் துணிவைக் கண்டு....!!

ஆ.பாண்டிச்செல்வி ஆறுமுகம்

நாவின் உணர்வு!.....

உடலை வலுவாக்க
பழைய சோறும் பச்சைமிளகாயும்
சோர்வை போக்கும
சூடான காபி,
பஞ்சு போன்ற இட்லி
நெய் மணக்கும்
முறுவலான தோசை!....
பளபளக்கும் வடித்த சாதம்
அம்மாவின்
முருங்கைக்காய் சாம்பார்,
எண்ணெய் வடிய
கத்தரிக்காய் புளிகுழப்பு
காரசாரமான தக்காளி ரசம்!....

சாப்பாத்தி தக்காளி தொக்கு நிலக்கடலை புளிசாதம்
பெருமாள் கோவில்
சர்க்கரை பொங்கல்
அயர் வீட்டு தயிர்சாதம்
குழி குழியாய் பணியாரம்!...
மழைபொழுதில் காரசாரமான
போண்டா பஜ்ஜி,
காலைப்பொழுதில் நெய்
ஊற்றிய வெண் பொங்கல்
கோடைக்கு எற்ற கம்பங்கூழ்
பழரசம் ,ஐஸ்கீரிம்!.......

கோழி வறுவலும்
மிளகு ரசமும்
மீன் குழம்பும் வறுத்த மீனும்,

மிளகு நண்டு வறுவலும்
முட்டை பொடிமாஸ்,
ரம்ஜான் பிரியாணியும்
ஆபிதா ஹோட்டல்
பிரியாணியும்
ஓணம் விருந்தின்
வடை பாயாசம்!....
குண்டு குண்டு குலோப்ஜாமுன்
பால் கோவா , நேந்திர சீப்ஸ்
வெஜ் பப்ஸ் ,கட்லட் ரோல்
சூடான காளான், பானி பூரி
இவற்றுடன் அந்த கையேந்தி பவனும்
அப்பப்பா சொல்லி முடிக்கும் போதே ருசியும் மகிழ்ச்சியும்
திளைக்கிறது என்னுள்!.....

உண்ணும் உணவுக்கும்
உணர்வுகள் உண்டு
பசிக்கு மட்டுமல்ல,
ருசிக்கும் உணவு அவசியம்
மூன்று எழுத்தில் அடங்கும்
நீயே என் மன மகிழ்வு,
என் அன்பின் மொழி
இந்த உணவு தான்!.....

- அன்பின் சகி (சு.வசுந்தரா தேவி)

மாயவிழியாளன்!!

மந்திரகாரனோ
மாயகண்ணனோ
மயக்கிவிட்டான்!
விழியின் வழியே
கொய்து போனான்
என்னையே!
மதி களங்கிய
பேதை இவளோ!
அன்றாடம் வாடிக்கைகள்
அவன் இமையில் தொடர்நதால்!
காலங்கள் காற்றாய்
பறந்தனவே!
கதைகள் கதைத்திடவில்லை
உரசி உறவாடவில்லை
தினமும் பகிரும் குறுஞ்செய்தி
சிறிய புன்னகை
காதல் இல்லை
நட்பும் இல்லை
உற்றார் செய்த பிழையே!

உயிரில் படிந்தன!
பல காயங்கள்
சிதறிய உறவுகள்
துக்கத்தில் வேறு திசைகளில்
நடைப்போட
மீண்டும் ஓர் வாய்ப்பாய்
படவரியில் கண்டோம்
பல ஞாபகங்கள் சுழற்றினோம்!
முதல் பார்வையின்
பிம்பம் கள்வனிடம்
கண்டேன் மீண்டும்!

- **மயூரம்**

மனதின் மாயாஜாலம்

பசுமையாய் வாழ்ந்த வாழ்வை
பசுமையான நினைவாய் அசைபோட!
மழலையின் சிரிப்பால் மலர்ந்து!
என்றும் மறவாத நாளாய் மாறிய
சிறப்பான தருணம் அது!
பகர்ந்த என் பாரங்கள் காற்றில் கரைந்திட..
படர்ந்த என் சோகங்கள் நினைவில் களைந்திட..
ஆறுதலாய் ஒரு வார்த்தையும்!
தேறுதலாய் ஒரு குரலும் இருந்திட..
வேறென்ன வேண்டும் மனமே!
வாழ்வில் சில உறவுகளும் நட்புக்களும்
நினைவில் இருக்க..
இனிதாய் அசைபோட்ட நினைவுகளில் இருந்து
விடைபெற எத்தனித்த நாட்கள்..
மறக்க முடியாத பொக்கிஷம்தான்!
இத்தனை நினைவுகளும் என்னுள்!
நிழலாக இல்லை!
நிஜமாக...
மனம் மகிழ்ந்த என் இனிய நாட்கள்..!

- பிரியா ராஜன்

மகிழ்ந்தது மனமே

மகிழவா மகிழ்ந்து
மகிழ்ச்சி கொள்ள
வந்த துணையே
உனை எண்ண மனதில்கோடி நினைவுகளே

வலம்வந்த வானமானதே மனது
வாடி நின்றதே நினைவு
இத்தனை வண்ணங்களில் ஏற்றங்கள் கண்டதோ
ஏங்கிடும் நினைவு

ஐயமின்றிச்
சொல்வேன்
அருமையான உறவை
தெளிந்துசொல்வேன்
தேமதுரத்தமிழே
வந்தவை நல்லவழி
வருபவை நல்லவழியாக வேண்டிக்
கொண்டேன்மனமே

நீயே எனக்கு எல்லாமாக வர இறைவனைத் துதிக்க
வந்தேன் உந்தன் ஆலயமே

மணிகண்டன் ஷீத்தல்

மனங்களில் வண்ணங்கள் எண்ணங்களில்
நித்தம் நித்தம் உலாவர
என்னென்ன மாற்றங்கள் உண்டோ அவற்றைத் தா
இறைவா
மனமது மகிழ்ச்சி
கொள்ளட்டும்
மனங்கள் மலரட்டும்
மங்கலமாக
எங்குலமாக
தங்குலமாக
தழைத்துடவே
மனமே மகிழ்ச்சிகொள் நித்தமே

முனைவர் கவி சு.நாகவள்ளி

மகிழ்ந்து கொள்!

வீணான விரோதம் எதற்கு?
முடிவில் விண்ணுலகம்
போகும் நமக்கு - விடஇயலா வீம்புதான் எதற்கு?
மனதை திற!
மாண்புகளை வளர்!
பகையினை கைவிடு!
பகட்டினை விட்டுவிடு!

பிறகு பார்,
இமய உச்சி முதல்
இடறிடும் இன்னல் வரை
சுலபமாக மாறிவிட,
இன்பமும் இயல்பாய்
வந்து உறவாடும்!

ரசனையை கற்றுக்கொள்!
நடப்பதை ஏற்றுக்கொள்!
எல்லா நொடியிலும்
வாழ்ந்துகொள்!
வாழும் நொடிதனில்
மகிழ்ந்து கொள்!

மாயாதி

இராகுல் கலையரசன்

உழவனின் உவகை

உழுது வாழும்
உயர்ந்த குடி
மாட்டு சாணம்
மண்ணுக்கு உரமாக
வியர்வை சிந்த
நீர் இறைத்து
விதைத்த விதை
பயிராகி நின்று
முதல் முறை
சேலை கட்டிய
பாவை போல
வெட்கம் கொண்டு
தலை குனிந்து
தரை பார்த்து
நின்ற நிலை
நான் கண்டதும்
உழவர் குடியாய்
உவந்து நின்றேன்

இராகுல் கலையரசன்

களிப்பின் உச்சம்

விளையாட்டாய்
கவி வடிக்க நான்
வெறுங்கையோடும்
வெற்று மனதோடும்
அந்த போட்டிக்கு
சென்றேன் அன்று!!

பலவாறாய் பறைகொண்டுகிறது
செவிப்பாறை அடைபட
ஒரு நூறாய் கொதிக்கிறது
குருதியின் தன்மைகள்!!

தனலாய் போன தேகம்
கனலாய் ஆன எழுத்தாணி
சுவடுகளை திரையிட்டது
வியர்வையில் குளித்த விரல்கள்!!

மைவிகுதி மையல் கொண்டு
மனக்கருத்து பொறம்ப
கவிதையோ பக்கங்களில்
நிரம்ப தீட்டப்பட்டு
தீர்ப்புக்கு தள்ளப்பட்டது
ஏளனித்த என் கவி!!

வந்ததோர் ஆச்சரியத்தின்
அணிவகுப்பாய்
இறங்களில் ஏறிய
என் பெயர் பலகை!!

மணிகண்டன் ஷீத்தல்

கவிக்குள் ஒழித்துவைத்த
என் உணர்வுகள் கண்ணிலே
வெளிவந்த
என்னிலே அது துளிர்தந்தது!!

மயிர்க்கூச்செறிதல்
மனம் கவிச்சொரிதல்
செவிக்குள் கவி
சிந்தையில் சிபி
சதைக்கான கவி தந்தேன்!!

உணர்வுகள் ஊஞ்சலிட
அந்த மகிழ்வால்
மனதிற்குள் மாறுதல்களும்
மத்தாப்பு மயக்கமும்!!

மா.வசந்த்குமார்

படைப்பின் இரகசியம்

இயந்திரத்தில் ஓர் இயந்திரமாக
மனமிருக்க என்னை - மறந்து
சென்றது அந்த மயக்கம் மிகுந்த - மனம்
மணற்பரப்பினில்....

அன்பே! உனைப் பார்த்ததாலோ
என்மனம் மகிழ்ச்சி கொண்டது
அழகிய மாலைப்பொழுதிலே - எனை
அணைக்க வந்தாய்
அணைத்ததால் நனைந்தேன் மகிழ்ந்தேன் - இயற்கை
அன்னையின் படைப்பில்

நிலவினைத் தொட்ட தன்மையதாய்
என் மேனியில் - உன்
துளிகள் மெய்ப்பட உணர்ந்தேன்
மயங்கினேன் - ஆதலால்
வியக்கிறேன் உனை

விண்ணுக்கும் மண்ணுக்கும் - பல துளிகள் கொண்டு
பாலம் அமைத்தாயே!
விஞ்ஞான யுகமும் கண்டு வியக்கிறது
உன் வியர்வை உழைப்பைக் கண்டு

தூவானச் சாரலில் - ஒரு
தூய்மையைப் பொழிந்தாய்
துள்ளாத மனங்களும் துள்ள
துன்பத்திலும் இன்பம் கொள்ள
உன் நல்வரவு

மணிகண்டன் ஷீத்தல்

துளிகள் விழுந்த இடமதனை - சிலர்
துவட்ட நானோ
உன் அருமை அறியா அறிவிலிகளை
எண்ணி வியக்கிறேன் - மழலைகளோ
கைகொட்டி மகிழ்கிறார்கள்
குழந்தை மனம் கொண்ட - உனை
காண்கையில் உள்ளம் மகிழ்ந்தது

உலகில் பல மொழிகளுண்டு - உனை
வரையறை பாட மொழிகள் ஏது!
உன்னை வர்ணிக்கவென்றால் - என்னைப்
போன்றவர்களுக்கு ஏது வல்லை
நீயல்லவோ! படைப்பின் இரகசியம்.

செல்வி. சிவகுமார் தேவமலர்

வரம்பற்ற காதல்

கன்னத்தில் இட்ட முத்தத்தின் ஈரம் இன்னும்
அழியயவில்லை!
ஆனால்,
மழலையுடன் தொடங்கிய விடியல்கள் எல்லாம்
கரை ஒதுங்கிய பின்னும்
துள்ளி குதித்து ஓடிய சிவந்தக் கண்ணத்தின் சொந்தக்காரி
நாவற்பழ கண்ணழுகி
சுற்றி சுற்றி வலம் வந்து
கரம் கோர்த்துச் சென்ற நேரங்கள் யாவும்
ஓடிய ஓடா கடிகாரத்தில் ஓய்ந்து
ஏனோ நரைமுடியின் தோற்றம் எந்தன் வயதினை
விவாதிக்க
இடைப்பட்ட காலத்தில்,
நாழிகையின் ஓட்டம்
கம்மங்கூழில் நீசலாட்டம்
தென்னந்தோப்பில் ஊசலாட்டம்
வயதில் வந்த வரம்பு காதலில்
ஏக்கம் கடந்த வரம்பற்றானது!

-ப.ஹரிணி(kaviyin_kadhali)

மன மலர்ச்சி

வானவில் பார்த்து வர்ணித்து
வான்மழையில் நனைந்து பரவசமாகி
கெடுப்பது இல்லை இன்பம் மற்றவருக்கு கொடுப்பது தான்
இன்பம்
சிறு துளி பெரு வெள்ளமாகி
சிதைத்திடாத எவ்வித மனமுமாகி
உணவில் உறவில் உடையில் மகிழ்ந்து
அறிவில் ஆற்றலில் சிறந்து
உறவுகளை சேகரித்து
உயிர்களை மதித்து
மழலைகளோடு நேரம் கழித்து
முதியவர்களோடு மனம் மகிழ்ந்து
முழுவதும் தாம் அடையாது
ஏதும் இல்லாதோர்க்கு
அக மகிழ்வாய் அன்பளிப்பு தந்து
இயற்கையும் நேசித்து
இன்பத்தை பகிர்ந்து வாழும் மகிழ்வே.

மு. முஹம்மது உமைர்

தாய்மையின் மகிழ்ச்சி

தடைகள் பல தகர்த்தெறிந்து!
விரும்பியவரை கைப்பிடிக்க....
திருமணம் என்னும் நாள்பார்த்து!
உறவினர்கள் வாழ்த்த....
இருமனம் ஒருமனமாய் கலந்தது!காலங்கள் உருண்டோட....
ஊரார், உற்றாரின் அலர் எழுந்தது
விசேசம் இல்லையா? எனும் வினா.....
ஆயிரம் வலிகளை தந்தது!
அத்தனை வலியும் நீ ....
அம்மா என்ற அழைக்க......
அளவில்லா வலிரணங்களை மறைத்துவிட்டது...
உன் உதயநாள்
என் தாய்மையை மீட்டுத்தந்த தினம்!
இனம்புரியா அகமகிழ்ச்சியில்...
மனம்!

சு. கோகிலா

மணிகண்டன் ஷீத்தல்

மனம் என்னும் மாய வீணை

என் மனம் என்னும் வீணையில் உன் விரல் படும் நேரம்
வரை.....
அதில் உள்ள ஒலி என்னும் வினையை நான் உணர்ந்ததே
இல்லை........
உன் விரல் பட்ட கணம் என் உயிர் பறந்ததெங்கோ......!!
என் மனம் எல்லாம் ரணம்.......
அது என்னுள் நீ வந்த காரணம்....... இசையின் வாசமே
அறியாத என்னில்.......
ஏழு ஸ்வரம் கண்ட கள்வன் நீ........ என் மனம் என்னும் மாய
வீணை வழியே.......
பாதியில் விட்டுச் சென்றாய் தனியே......
உன் வினையால் மகிழ்ந்திருந்த என் மனம் என்னும் வீணை
தூசு படிந்து கிடக்கிறது இருளில்.......
நீ வருவாயென மீண்டும் என் வாழ்வில்.......
உனக்காக நானும் என் வீணையும் (மனம்)
மகிழ்ச்சிக்காக என் மனம்

அன்னம்

மகிழ்ந்து நின்றேன்..!

நெடுநாளைக்கு
பிறகு-ஓர்
ஆழ்ந்த தூக்கத்தின்
அகவெளிக்குள்
இன்பம் கண்டேன்...!

புதிதாக பிறந்தேன்.

பிறப்பின் அர்த்தம்
தெளிவாக புரிந்தது..!

பார்க்கும்
வானம் புதிது..!

பேசும்
சொல்லில்
புதிது...!

காடு,
மலை,
நதி.
கடல்,
சமவெளியென.

மணிகண்டன் ஷீத்தல்

எங்கும் நிறைந்த
இயற்கையோடு
சஞ்சரிக்கவே மனம்
விரும்புகிறது...!

இப்போது
எனக்குள்
யாருமில்லை...!

வானம் பார்த்து
பறக்கும்-ஒரு
பறவையின் சிறகை போல
எடையற்றதாக
இருக்கிறது...!
மனம்...!

அ. செல்வராஜ். க. நா.

மகிழ்வாய் மனமே!

மேனியின் இக்கட்டில் சிக்கித்தவித்த
உருவமில்லா ஒரு அதிசயமான பிறவியாக
மனித ஜீவனின் ஒட்டிப்பிறந்த சகோதரன் நீ!
நகரும் பாதையில் நடமாடும் உயிரில்லா பாதஓவியத்தில்
உனைக்கண்டேன் என் துணையாக நீ வருவதை!
அதனால் என்னவோ உனை வர்ணிக்க உருவமும் இல்லை!
நீ இல்லாத தேகமும் இல்லை இந்த
உலகில்!
தென்றலின் இளைப்பாறலாக உன்னுடன் பயணம்
செய்யும்
மனிதஜீவன் இடத்தில் பிறந்த பெருமையில் மகிழ்வாய்
மனமே!

- தர்ஷினி

தென்றலில் மழை

குடிசை ஓட்டையில் விண்மீன்
பொருக்கும் சிறுவன் .,
ஓட்டு வீட்டு தாழ்வரத்தின் கீழ்
பிரமாண்டமான துறைமுகம் .,

கிழிந்த சேலையில் பிள்ளையின்
வியர்வை முத்துக்கள் .,

ஈரமான விறகுகள் மேலே சூடான
சுவையான கூட்டாஞ்சோரு .,

பல் போன கிழவியை சுற்றி எதிர்
ஒலிக்கும் சொர்ப காவியங்கள் .,

இது எல்லாம் நடக்க நிலவோடு சிறு
உரையாடல் திண்ணையில் .,

கதிர் வந்து பாயும் முன்பு வாசலில்
தாத்தாவின் லாந்தார விடியல் .,
ஒரு வேளை தான் உணவு எனினும்
மூன்று வேளையும் திகட்ட திகட்ட
மகிழ்ச்சி வருமையின் மடியிலும்..
நா.முத்துக்குமாரதாசன்
என்றும் மகிழ்வுடன்

உங்கள் இலக்காக மகிழ்ச்சி
இருக்கட்டும் இறுதிவரை,
கிடைக்கும் இடத்தில் பெற்றுக்கொண்டு,
கிடைக்காத இடத்தில் கொடுத்து விட்டு செல்வோம்!!!

மகிழ்ச்சி என்பது பெறுவதில்
இல்லை;
பிறருக்கு அதை கொடுப்பதில்
தான் இருக்கிறது!!!

பிறக்கும் போதே யாரும்
மகிழ்ச்சியாக பிறப்பதில்லை;
வாழ்க்கையில் மகிழ்ச்சி என்பது
பிறரை மகிழ வைப்பதில்
தான் இருக்கிறது!!!

-நந்தினி மாரப்பன்

மனத்தின் மறுமணம்

கம்பங்கூழ் கெடுதியில்லை.
வேப்பங்குச்சி வித்தியாசமானதில்லை
பழைய சோறு விஷமத்தனமானதில்லை
கேழ்வரகு கஞ்சியில் விபரீதமில்லை

அடுக்குமாடி குடியிருப்பு
எல்லாம் அழகில்லை
கூரையில்லாத வீடு எல்லாம்
குடில் இல்லையா?
யாரும் குடும்பம் தான் நடத்தவில்லையா?
குயில்கள் கூட
கூவவில்லையா?
கோபுரத்தைதான் நீ காணவில்லையா?

ஏய் மனமே! இல்லாத ஒன்றை, ஏன் இருப்பதுபோன்று
பிதற்றுகிறாய்?
என்னையும் மூடனைப் போல்,
ஏன் நடக்காததை எல்லாம் நடந்தது போன்று நம்ப
வைக்கிறாய்?
ஏன் என்னை நம்ப மறுக்கிறாய்?
என் நம்பிக்கையையும்
சேர்த்து ஏன் பறிக்கிறாய்?

ஏன் உளியில்லாமல் என் வாழ்க்கையென்னும்
சிற்பத்தை உடைக்கிறாய்?
உனக்கு உறுத்தவில்லையா?
ஏன், என்னை உயிரோடு புதைக்கிறாய்?

ஏன் ,உண்ணாமலும் உறங்காமலும் உண்ணாநோன்பு
இருக்கிறாய் ?ஊமையாகி நிற்கிறாய்?

விறகிற்கு தீ மூட்ட
குச்சிகள் இல்லையா?
ஏன் ,பற்றிக் கொண்டு எரிகிறாய்?
எதிலும் பற்றில்லாமல் அலைகிறாய்?

பணம் மட்டும் தான் வாழ்க்கையா?
பிணத்தைக் கூட மதிக்க மாட்டாயா?
ஆனந்தத்தின் எல்லையை,
எங்கு போய் தேடுகிறாய்?
உன்னை சுற்றி முற்றி உற்றுப் பார்.
மகிழ்வின் மகரந்தத்தை நுகரலாம்.
மகிழ்ச்சியின் பிடியில் ஆனந்தத்தாண்டவம் ஆடலாம் வா!

பா.கவுசிகா (பார்கவி)

மனம் சென்ற பாதை.....

நீயாக வந்தாய்; என்னை உன்னுடன் அழைத்துச் சென்றாய்;
காரணம் கேட்காமல் நானும் வந்தேன்!
வெகுதொலைவு கடந்து சென்றாய்!
வெகுநேரம் அழைத்துச் சென்றாய்!
சட்டென்று நின்றாய் !
கண்களை திறக்க சொன்னாய்!
திறந்து பார்த்தேன் திசையாவும் புரியவில்லை!
சற்று தொலைவில் ஒரு ஒளிச் சுடர்!
ஊற்றும் பார்த்தேன்! அதில்,ஓர் உலகம் இருந்தது!!
அவ்வு(உ)லகை நோக்கிய ஒரு பயணம் நிகழ்ந்தது!
அப் பயணத்தில் பல உறவுகளை சந்தித்தேன்!!
இதோ அந்த உறவு!
துன்பம்; கவலை; தோல்வி; அச்சம்;
அவமானம்;
சந்திப்பு முடிந்தது ; பயணமும் முடிந்தது!
அது என்ன உலகம்?
என்னை அழைத்து சென்றது யார்?

இதோ!
என் நித்திரையில் வந்த கனவுதான்!
என்ன அழைத்துச் சென்று,
என் ஆசைக்கான உலகை காட்டியது!!
அந்த ஒரு நொடி,
என் உள்ளத்தில் ஊடுறுவிய மகிழ்ச்சிக்கு அளவே
இல்லாமல் போனது!!
ஆனந்த கண்ணீரில் மலைத்துப் போய் நின்றேன்!!!

-வே.கனிமொழி.

மனதின் மகிழ்வாணன்

காதல் கணவா,
கரம் பற்றிய நாள்முதல்,
முழுகாதலும் உன்னுள்ளே
முடங்கிப் போகிறதே!

மனதின் ஓட்டங்களை
அலையோசையால்
வலைவிரித்தது நீயோ!

கண்கள் பேசும்
மொழிக்கு, வித்தகனே;

ஒற்றைப் பார்வையில்
ஓராயிரம் அன்பு தரமுடியுமோ,
உன் ஒருவனாலே....

வாழ்க்கையின் பாதை,
வழிமாறியது
உன் காதலாலே!

எழுதும் கோலும்
ஏங்குகிறது
உந்தன் அன்பிலே;

ஏக்கங்களும் இறங்கின
சறுக்கங்களாக;

வாழ்வில் நுழைந்த நீ,
வாழ்க்கையாகவே மாறிப் போனீயே;

சிரிப்புக்கும் சிந்தனைக்கும்
இடையே சிலிர்க்க வைத்தாய்
கனவுக்கும்
கற்பனைக்கும்
இடையே
மிதக்க வைத்தாய்;

ஏமாற்றங்களும்
ஏமார்ந்து போயினவே;
உன்னைக் கண்டவுடனே;

கண்ணாடி மனது
உன் காதல்
பட்டு பளபளக்கிறதே;

உடைந்த நிலவும்
தெரிகிறது உன்னாலே,
அழகாகவே;

உன் பெயரிலே
மயங்குகிறது மனமே;

ஏழேழு ஜென்மங்களும்
வேண்டுமே நீயே
எந்தன் அருகிலே;

மனம் தத்தளித்து
மகிழ்ச்சியிலே
உன்னாலே!

மஞ்சு. கி

மகிழ்ச்சி

மகிழ்ச்சி
மனதின் சோகத்தை மறைக்கும் மந்திரம்
மகிழ்வித்து மகிழ்வதே
மன மகிழ்ச்சி
இயலாத முதியவர்க்கு
இயன்றவரை உதவும் மகிழ்ச்சி
உன் உழைப்பிற்காக கிடைக்கும்
ஊதியமே மகிழ்ச்சி
உன்னைப் புகழும் போது மகிழ்ச்சி அடையாதே
உன்னை இகழும் போது கவலை கொள்ளாதே
புகழ்ச்சியும் இகழ்ச்சியும் சமமாக கருது
மன மகிழ்ச்சியை அடைவாய்
உன் மகிழ்ச்சியை அடுத்தவரிடம் தேடாதே
உன் மகிழ்ச்சியை உனக்குள் தேடு...

கு. கவிப்பிரியா

www.ingramcontent.com/pod-product-compliance
Lightning Source LLC
Chambersburg PA
CBHW030959180726
47993CB00018B/1122